I0718545

PHILIPPE NGO

DỰ ĐOÁN THỜI GIAN TRONG TAROT
(TIME PREDICTION IN TAROT)

NHÂN ẢNH
2021

"Thời gian trả giá cho mọi hành động"
– Ngạn Ngữ Pháp

LỜI BẠT

Tôi hân hạnh là người đầu tiên cầm trên tay cuốn sách này. Anh Philippe Ngo, là người đã truyền cảm hứng cho tôi rất nhiều trong việc tìm tòi những bí mật của tarot. Đây là một quyển sách chứa nhiều tư liệu quý, gần như là quyển sách chuyên đề về thời gian đầu tiên (kể cả các sách anh ngữ) trong giới tarot. Những tư liệu này, được sưu tập qua nhiều năm, tích luỹ dần giống như con tằm làm kén, từng chút một, để cuối cùng được hoá bướm, với thành quả là trọn bộ bài viết trong cuốn sách này. Hiếm có người nào dành nhiều tình yêu và sức lực đến thế cho tarot.

Phùng Lâm,
Nhà văn tự do, tác giả truyện ngắn tâm linh
Tears of Wind,

NỘI DUNG

LỜI NÓI ĐẦU

Dự đoán thời gian dường như là một điều khá phức tạp, nhất là ở sự chính xác của nó. Dù vậy, ta vẫn không thể bỏ qua sự nghiên cứu này. Tôi tập hợp trong chuyên mục này hơn 10 phương pháp dự đoán tương lai được sử dụng rộng rãi. Công việc tìm kiếm và phân tích các phương pháp này đã được bắt đầu từ năm 2011, nhưng đến nay mới tương đối đầy đủ. Mỗi phần tôi đều sẽ có bình luận và trình bày các spread dùng trong việc dự đoán, nhằm giúp cho đọc giả có cái nhìn toàn diện về các phương pháp này.

Cấu trúc cuốn sách được trình bày như sau đây:

Chương VII:

Những Nẻo Đường Của Vận Mệnh

CHƯƠNG MỞ ĐẦU
THỜI GIAN, CÂU CHUYỆN ĐỊNH MỆNH

Chắc hẳn khi chạm tay đến cuốn sách này, ít nhiều bạn cũng biết về tarot. Tarot, đầu tiên được gọi là Trionfi, là một bộ bài được sử dụng ở các nước châu Âu như trò chơi. Nhiều người tin rằng, Tarot xuất xứ từ thời Ai Cập Cổ Đại, người lại cho rằng người Gipxi đã tạo ra, nhưng suy cho cùng, dựa vào các chứng cứ lịch sử để lại, quê hương của Tarot là từ miền Bắc nước Ý vào độ khoảng thế kỷ 15.

Tarot du nhập vào Việt Nam phổ biến vào khoảng 10 năm nay, hiện trên trường bài cũng không ít các Reader (Người đọc Tarot), các Writer (Người viết về Tarot) và chắc hẳn bạn sẽ không khó để tìm được một người biết đọc Tarot ở một quán café, thậm chí là người sở hữu bộ bài với Booklet của mình. Nhưng thật chất Tarot có đơn giản là sự thừa hưởng một cam kết của ông cha từ thời xưa và chúng ta nghiễm nhiên nhận lấy mà không cần phát triển hay tìm hiểu hay không?

Để là một người có thể đọc được ý nghĩa các lá bài thành thạo, bạn chỉ cần không quá ba tháng, nhưng để viết chuyên sâu và Tarot, để nghiên cứu những bí ẩn chưa được giải mã của Tarot, có khi bạn phải bỏ cả một đời để tìm ra câu trả lời. Nhưng nếu không dành thời gian để tìm hiểu, đi sâu vào những ẩn giấu kì diệu sau mỗi lá bài và hệ thống nối kết chặt chẽ của nó, liệu chúng ta có thực sự khai phá và nhận thức rõ bản thân mình như ý nghĩa mà Tarot mang lại hay không?

Chúng ta được thừa hưởng giao ước mà người xưa đã kí kết với thánh thần- Tarot và không cần trả lãi và điều chúng ta có thể làm để đền đáp ơn huệ của quá khứ là tìm ra cặn kẽ những điều chưa lí giải được hay khắc phục những yếu điểm của hệ thống này. Nhưng con đường phía trước vẫn rất chông gai và dường như chúng ta đi mãi chẳng thấy điểm kết thúc. Tôi từng nhớ Lỗ Tấn nói rằng: "Đã gọi là hi vọng thì làm gì có đường, người ta đi mãi cũng thành đường thôi." Và nếu chúng ta không là người dấn thân khám phá thì ta sẽ mãi dậm chân tại chỗ. Lòng khát khao tìm hiểu và lý giải những uẩn khúc hay nhược điểm của Tarot- một thực thể vừa là tâm linh, vừa là tâm lý chính là động lực giúp ta đi được đến câu trả lời.

Và vấn đề đầu tiên mà hẳn cả chính bản thân ta hay các vị khách của mình cũng tự hỏi: Thời gian trong Tarot? Nó không phải là một cột mốc chung chung, là chuyện của quá khứ, hiện tại hay tương lai mà nó là một thời gian cụ thể và xác định. Vậy dựa vào đâu để ta xác định thời gian trong Tarot? Làm thế nào ta có thể cho người khách của mình và chính bản thân ta biết chính xác được thời điểm diễn ra sự việc? Thời điểm nào là thích hợp để thực hiện một dự định và khi nắm chắc được thời gian của những sự kiện được dự đoán, con người sẽ dễ dàng kiểm soát cuộc sống của mình cũng như đưa ra được những quyết định phù hợp cho bản thân.

Thời gian là gì? Theo phạm trù triết học, thời gian là khái niệm dùng để chỉ sự kế tiếp, độ dài diễn biến, chuyển hóa nhanh hay chậm của các qúa trình.Nó là phương thức tồn tại của vật chất vì các dạng của vật chất chỉ có thể biểu hiện sự tồn tại của mình thông qua thời gian, trong đó, vật chất chuyển động liên tục, không ngừng. Khác với không gian có ba chiều, thời gian chỉ tồn tại theo một chiều duy nhất từ quá khứ đến hiện tại và tương lai. Do sự vận động không ngừng của thế giới vật chất, từ vi mô đến vĩ mô (và kể cả trong ý thức, nhận thức) mà trạng thái và vị trí (xét theo quan điểm động lực học) của các vật không ngừng thay đổi, biến đổi. Chúng luôn có những quan hệ tương hỗ với nhau và vì thế "vị trí và trật tự" của chúng luôn biến đổi, không thể trở về với trạng thái hay vị trí trước đó được. Đó chính là trình tự của thời gian. Theo Stephen Hawking, thời gian có liên quan đến entropi (trạng thái động lực học) vĩ mô. Hay nói cách khác thời gian là một đại lượng mang tính vĩ mô. Nó luôn luôn gắn với mọi vật, không trừ vật nào. Thời gian gắn với từng vật là thời gian riêng, và thời gian riêng thì có thể khác nhau tuỳ thuộc vào bản chất của vật đó và hệ quy chiếu gắn với nó, ví dụ với mỗi hệ chuyển động có vận tốc khác nhau thời gian có thể trôi đi khác nhau. Thời gian của vật này có thể ảnh hưởng đến vật khác.

Như vậy, "thời điểm" là một trạng thái vật lý cụ thể (có thể xác định được) của một hệ và "thời gian" là diễn biến của các trạng thái vật lý của một hệ. Chúng ta không thể nhìn thấy hoặc cảm nhận được nó - nó chỉ xảy ra. Con người do đó đưa ra cách để đo lường thời gian là hoàn toàn tùy tiện và cũng khá thú vị từ một quan điểm lịch sử.

Thế nhưng, trên lá bài Tarot ta chỉ nhận thấy những biểu tượng và hoạt cảnh dẫn ta đến những sự việc, nó không hề có bất cứ dấu vết nào mách bảo ta chính xác được thời gian của những sự việc ấy. Vậy, chúng ta phải tìm con đường nào để có cho chính mình câu trả lời về thời gian trong Tarot? Liệu các lá bài và hệ thống ấy có hiển thị cho ta biết được thời điểm hay chăng? Vâng, chúng ta có thể tìm được câu trả lời về thời gian trong Tarot nhưng hẳn nhiên điều đó rất khó khăn. Và tôi, với tư cách là một người nghiên cứu thấy được rằng, khó khăn còn hơn là không thể vì chúng ta, khi đã đến với Tarot, sẽ chẳng ngại khó, ngại khổ để tìm ra được câu trả lời thỏa đáng của chính mình cũng như của người khác.

Bùi Thư,
Nhà văn tự do tại Tp. Hồ Chí Minh.

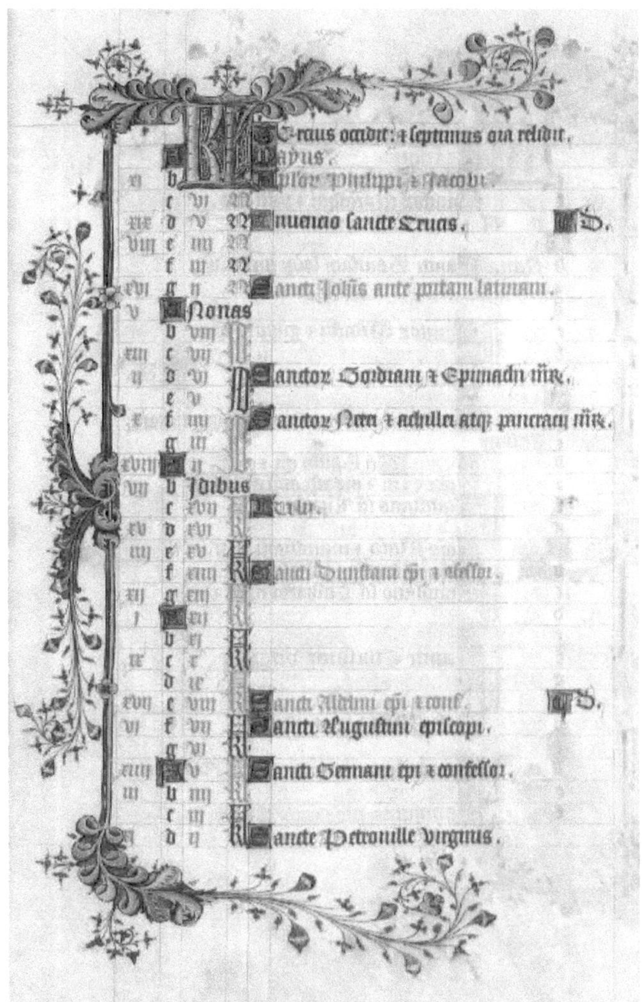

Ảnh 1: Tuần lịch 52 thời trung cổ (British Library Add MS 42131, fol. 3r, early 15th century).

20

CHƯƠNG II
PHƯƠNG PHÁP ĐỊNH 52 TUẦN (52 WEEKS TIMING)

Phương Pháp Định 52 Tuần (52 Weeks Timing) là phương pháp dựa trên nguyên lý của bộ 52 lá để xác định 52 tuần trong năm. Phương pháp này được thể hiện qua 2 phương pháp con: Hệ Thống Khung Thời Gian (Tarot Time Frame System) của Cheryl Lynne Bradley và Phương Pháp "Định Thời Gian Bởi Mùa" (Timing By Season of Suit) của Teresa Michelsen.

Phương Pháp I: Hệ Thống Khung Thời Gian (Tarot Time Frame System) của Cheryl Lynne Bradley

Nguyên Lý

Phương Pháp này thực hiện dựa trên nguyên lý của bộ 52 lá bài. Cheryl Lynne Bradley trình bày phương pháp này trong "Tarot Time Frame Reference System". Nhiều người trong chúng ta biết rằng bộ 52 lá bài được thiết kế dựa trên 52 tuần của một năm, vì vậy, dựa vào đó có thể dự đoán được vị trí tuần cần biết. Bradley dùng Minor 56 lá bài để dự đoán 52 tuần và 4 lá bài còn lại để ám chỉ cho biết "không đoán trước được". Hệ thống Major được Bradley dùng để xác định ngày trong tuần. Lý do để hai lá bài

trong Major là Fool và World không được dùng để xác định ngày là vì đó là điệu nhảy của cuộc sống ở giữa trung tâm vũ trụ, vì vậy đó là một quãng vô định (Nguyên văn "dancing the dance of life at the centre of the universe"). Lý do để lá Pages không được tính xác định là vì nó thể hiện là một lá bài thông điệp, nó cần các lá bài khác để giải thích (Nguyên văn: "Pages are predominantly a card of messages and require another card to be drawn for explanation"). Hệ thống xếp đặt của Bradley tương đối khó hiểu và cũng

không có bài giải thích cho sự sắp đặt đó (? theo tôi biết) ngoài một hiểu biết duy nhất là các sắp đặt này dựa vào các chu kỳ mặt trăng. Tôi trình bày nó dưới đây:

- Minor Arcana: Ngoại từ Page được coi như

không xác định được ngày. Còn lại 52 lá Minor tương ứng với 52 tuần. Hiện vẫn chưa rõ quy tắc để có được bảng tương ứng.

- Major Arcana: Ngoại trừ Fool và World không xác định được ngày. Còn lại 20 lá Minor tương ứng với 7 ngày trong tuần. Vẫn chưa rõ quy tắc để có được bảng tương ứng.

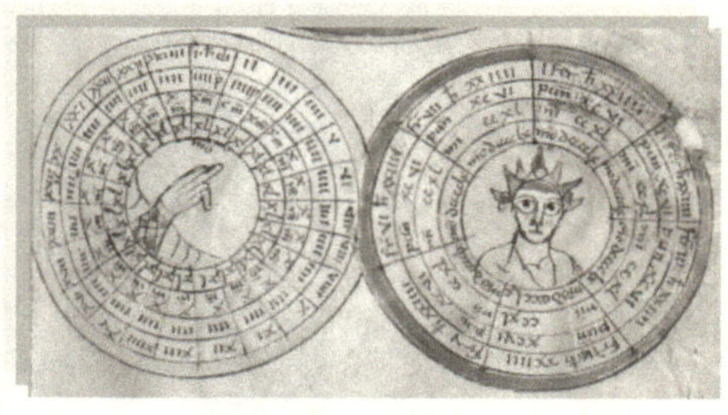

Ảnh 2: Tuần lịch chu kỳ 52 tuần trong một bản thảo cổ. Carolingian ms. (Clm 14456 fol. 71r) of St. Emmeram Abbey.

Các tuần được tính từ ngày đầu tiên của năm, chứ không phải từ tuần đầu của năm. Có nghĩa là nếu ngày đầu của năm bắt đầu từ thứ 6, thì tuần thứ 1 của năm sẽ tính từ thứ 6 đầu tiên đến thứ 6 tuần kế, và cứ vậy tiếp tục. Nó khác với tuần lịch theo quy ước quốc tế.

Hệ thống Minor và Các Tuần trong Năm:

Week 1:   7 of Cups

Week 2:   King of Wands

Week 3:   8 of Coins

Week 4:   Ace of Cups

Week 5:   5 of Wands

Week 6:   3 of Swords

Week 7:   9 of Cups

Week 8:   2 of Wands

Week 9:   Queen of Coins

Week 10   Knight of Swords

Week 11:   10 of Wands

Week 12:   4 of Coins

Week 13:   2 of Swords

Week 14:   9 of Coins

Week 15:   King of Cups

Week 16:   8 of Swords

Week 17:   6 of Wands

Week 18:   7 of Coins

Week 19:   3 of Cups

Week 20:   10 of Swords

Week 21:   Knight of Wands

Week 22:   10 of Cups

Week 23:   6 of Coins

Week 24:   Queen of Swords

Week 25:   4 of Cups

Week 26:   Ace of Wands

Week 27:   King of Coins

Week 28:   5 of Swords

Week 29:   3 of Coins

Week 30:   Knight of Cups

Week 31:   Queen of Cups

Week 32:   4 of Wands

Week 33:   Ace of Swords

Week 34:   9 of Wands

Week 35:   5 of Cups

Week 36:   8 of Wands

Week 37:   10 of Coins

Week 38:   2 of Cups

Week 39:   6 of Swords

Week 40:   7 of Wands

Week 41:   Knight of Coins

Week 42:   4 of Swords

Week 43:   6 of Cups

Week 44:   Queen of Wands

Week 45:   2 of Coins

Week 46:	9 of Swords

Week 47:	Ace of Coins

Week 48:	7 of Swords

Week 49:	5 of Coins

Week 50:	3 of Wands

Week 51:	King of Swords

Week 52:	8 of Cups

Hệ thống Major và các Ngày trong Tuần:

The Magician: Chủ Nhật

The High Priestess: Thứ 2

The Empress: Thứ 6

The Emperor: Thứ 5

The Hierophant: Thứ 6

The Lovers: Chủ Nhật

The Chariot: Thứ 5

The Strength: Thứ 4

The Hermit: Chủ Nhật

The Wheel of Fortune: Thứ 6

Justice: Thứ 6

The Hanged Man: Thứ 4

Death: Thứ 3

Temperance: Thứ 2

The Devil: Thứ 7

The Tower: Thứ 3

The Star: Thứ 7

The Moon: Thứ 2

The Sun: Thứ 3

Judgement: Thứ 3

Bình Luận

Vì không hiểu rõ về các cấu trúc của hệ thống này nên tôi không thể phân tích đầy đủ các khía cạnh của hệ thống. Một vài nhận xét chung như sau: sự sắp xếp dùng 56 lá bài Minor để tạo tương ứng với 52 tuần là một hệ thống hoàn thiện. Cho dù các sắp xếp vị trí giữa 52 lá này tương đối không rõ ràng, nhưng hệ thống dù sao cũng lắp đầy được khung thời gian, và với một cấu trúc rất dễ hiểu và dễ dùng. Chỉ với 2 cấu trúc này, ta có thể lấy ra được toàn bộ thời gian cần thiết cho việc bói toán. Tác giả không gợi ý một trải bài nào cả, nhưng ta hoàn toàn có thể thấy được các trải bài qua cấu trúc này. Tôi trình bày trải bài gợi ý trong phần kế tiếp.

Ưu điểm của nó, như đã nói ở trên, chính là sự hợp lý trong bố trí cấu trúc khiến cho nó lắp đầy được khung thời gian mà không bị trùng lắp. Nhược điểm của nó có lẽ nằm ở sự bất đối xứng trong việc gáng giá trị ngày trong tuần vào 22 lá Major. Vì chỉ dùng 20 lá bài để diễn tả 7 ngày, sẽ có những ngày được mô tả bởi 3 lá và có những ngày chỉ mô tả bởi 2 lá. Sự bất đối xứng này đặt ra câu hỏi: vì sao có những ngày quang trọng hơn những ngày khác ? Và đó là câu hỏi không dễ trả lời cho thỏa đáng được.

Điểm chú ý ở các bố trí này là mối quan hệ 52 lá bài và Tarot. Đã từ lâu, 52 lá bài ứng với 52 tháng là một điều huyền bí khó giải thích. Chẳng hạn như tổng các chữ cái trong tên quân bài "KING QUEEN JACK TEN NINE EIGHT SEVEN SIX FIVE FOUR THREE TWO ACE" đúng bằng 52. Bộ bài có 52 lá, 12 lá mặt, 4 đầu hình, 13 kiểu thì tương ứng của nó một năm có 52 tuần, 12 tháng, 4 mùa, 13 tuần cho mỗi mùa. Tổng của các giá trị của bộ 52 lá (với Ace = 1, King = 13, Queen = 12, Jack = 11) là 364 tương ứng 364 ngày trong năm. Nếu nói Tarot huyền bí, thì bộ 52 lá cũng huyền bí không kém. Golden Dawn đã nhận ra điều này khi tách bộ Princess (tương ứng King, hoặc Page trong Bộ Waite Tarot) ra thành một nhóm độc lập. Dù vậy, họ dường như không nhận ra mối quan hệ về 52 lá này và sự liên hệ thời gian. Nếu không, sự tương ứng thời gian trong Golden Dawn có lẽ sẽ khác.

Trải bài Hai Lá "Hệ Thống Khung Thời Gian" (Tarot Time Frame System)

Trải bài gồm 2 lá bài nhằm xác định khung thời gian. Ý nghĩa của hai lá bài đó được giải nghĩa như sau:

- Nếu là hai lá Major (Trừ The Fool và The World): thời điểm xảy ra sự kiện nằm giữa 2 ngày này trong tuần. Tra bảng để biết được hai ngày được nói đến.

- Nếu là hai lá Minor (Trừ Page): thời điểm xảy ra sự kiện nằm giữa 2 tuần. Tra bản để biết được hai tuần đó.

- Nếu là một lá Major và 1 lá Minor: thời điểm xảy ra sự kiện nằm ở tuần được nói đến trong lá Minor và nằm ở ngày được nói đến trong lá Major.

- Nếu là một trong các lá The Fool, The World, The Pages: thời điểm không thể xác định được, nhưng nếu lá còn lại khác, có thể xác định được hoặc tuần xảy ra, hoặc thứ của ngày xảy ra sự kiện.

Thời gian được tính từ thời gian gần nhất kể từ thời điểm hiện tại, cho đến tương lai, hoặc quá khứ xảy ra sự kiện. Tuyệt đối không rút lá phụ trong trải bài này và cũng không truy vấn chi tiết hơn để đảm bảo tính logic của toàn hệ thống.

Phương Pháp II: Phương Pháp "Định Thời Gian Bởi Mùa" (Timing By Season of Suit) của Teresa Michelsen

Nguyên Lý

Được trình bày ở "Timing Questions" của Teresa Michelsen và bởi "Timing and the Tarot" trên trang bewitchingways.com. Phương pháp này có thể không phải được sáng tạo bởi Teresa Michelsen, mà dường như có từ trước đó. Tuy nhiên, Michelsen là cái nền duy nhất có bài viết hướng dẫn phương pháp này (theo sự truy lục hiện tại). Nó dựa trên tính chất mùa của bốn đầu hình (Suit) và cấu trúc 13x4 của hệ 52 lá bài. Các bạn có thể xem thêm sự liên quan ở bài Phương Pháp Khung Thời Gian của Cheryl Lynne Bradley. Chúng ta biết là mỗi mùa trong năm có 13 tuần, bốn mùa là 52 tuần. Mười ba tuần của mỗi mùa ứng với từ Ace đến 10, Page, Knight, Queen; mỗi lá bài tương ứng 1 tuần. Mỗi đầu hình tương ứng một mùa. Còn King tương ứng với sự chuyển mùa.

Ứng với mỗi đầu hình là một mùa:

- Cups: Xuân

- Wands: Hạ

- Swords: Thu

- Pentacles: Đông

Ứng với mỗi lá Số là một tuần

- Ace: tuần đầu tiên của mùa

- Lá 2, 3 .... 10: tuần thứ 2, 3 ... 10 của mùa

- Page: tuần 11 của mùa

- Knight: tuần 12 của mùa

- Queen: tuần cuối mùa

- King: Chuyển mùa sang mùa kế tiếp.

Cụ thể của 52 tuần được ghi lại bên dưới. Bản bên dưới do tôi xây dựng dựa trên mô tả của phương pháp này. Tuần theo thứ tự từ tuần đầu tiên của tháng 1 đến tuần cuối tháng 12 theo lịch chính thức. Thứ tự và các xắp xếp này đựa trên cấu trúc theo mùa, nên có sự lệch nhau giữa các tuần và vị trí các lá bài; bởi vì mùa xuân bắt đầu từ tháng 2 chứ không phải tháng 1.

Tuần 1: 10 of Pentacles

Tuần 2: Page of Pentacles

Tuần 3: Knight of Pentacles

Tuần 4: Queen of Pentacles

Tuần 3, 4, 5, 6: King of Pentacles

Tuần 5: Ace of Cups

Tuần 6: 2 of Cups

Tuần 7: 3 of Cups

Tuần 8: 4 of Cups

Tuần 9: 5 of Cups

Tuần 10: 6 of Cups

Tuần 11: 7 of Cups

Tuần 12: 8 of Cups

Tuần 13: 9 of Cups

Tuần 14: 10 of Cups

Tuần 15: Page of Cups

Tuần 16: Knight of Cups

Tuần 17: Queen of Cups

Tuần 16, 17, 18, 19: King of Cups

Tuần 18: Ace of Wands

Tuần 19: 2 of Wands

Tuần 20: 3 of Wands

Tuần 21: 4 of Wands

Tuần 22: 5 of Wands

Tuần 23: 6 of Wands

Tuần 24: 7 of Wands

Tuần 25: 8 of Wands

Tuần 26: 9 of Wands

Tuần 27: 10 of Wands

Tuần 28: Page of Wands

Tuần 29: Knight of Wands

Tuần 30: Queen of Wands

Tuần 29, 30, 31, 32: King of Wands

Tuần 31: Ace of Swords

Tuần 32: 2 of Swords

Tuần 33: 3 of Swords

Tuần 34: 4 of Swords

Tuần 35: 5 of Swords

Tuần 36: 6 of Swords

Tuần 37: 7 of Swords

Tuần 38: 8 of Swords

Tuần 39: 9 of Swords

Tuần 40: 10 of Swords

Tuần 41: Page of Swords

Tuần 42: Knight of Swords

Tuần 43: Queen of Swords

Tuần 42, 43, 44, 45: King of Swords

Tuần 44: Ace of Pentacles

Tuần 45: 2 of Pentacles

Tuần 46: 3 of Pentacles

Tuần 47: 4 of Pentacles

Tuần 48: 5 of Pentacles

Tuần 49: 6 of Pentacles

Tuần 50: 7 of Pentacles

Tuần 51: 8 of Pentacles

Tuần 52: 9 of Pentacles

Trong Major Arcana, Teresa Michelsen cho rằng các lá Major ám chỉ "không xác định được", cùng nhận định trong bài "Timing and the Tarot" trên www.bewitchingways.com. Tuy nhiên, các lá Major còn có một cách để nhận định theo mùa dựa trên hình ảnh của lá bài, theo nhận định trong "Timing Tarot Events: 4 methods for working out when an event will happen using Tarot" trên trang phuture.me. Chẳng hạn lá The Fool diễn tả rõ ràng về mùa xuân, The Sun diễn tả mùa hè, The Hermit diễn tả mùa đông ...

Bình Luận

Ưu điểm của nó là sự lắp đầy khung thời gian với sự hợp lý cao hơn rất nhiều so với các phương pháp khác. Phương pháp này là sự kết hợp của phương pháp Chiêm Tinh của Golden Dawn (Quan hệ giữa đầu hình với mùa) và phương pháp Khung Thời Gian của Bradley (quan hệ giữa 56 lá Minor và 52 tuần trong năm). Nó kế thừa được mặt tích cực của 2 phương pháp này. Một điểm bất lợi của nó chính là việc thiếu giải nghĩa cho các lá Major so với Bradley, nhưng lại hợp lý hơn khi dùng trọn được 56 lá Minor của Tarot.

Trải Bài Một Lá "Đếm Thời Gian Bởi Mùa" (Timing By Season of Suit)

Chỉ rút một lá duy nhất cho câu hỏi về thời gian. Dựa vào đầu hình, ta có thể biết được lá bài ám chỉ đến mùa nào trong năm. Dựa vào số trên lá bài, ta biết được thứ tự tuần trong mùa đó. Trải bài này có thể kết hợp với các trải bài khác tạo thành câu hỏi "thời điểm là khi nào ?" như một câu hỏi phụ cho trải bài chính, một lá bài cho câu hỏi thời gian.

Nếu rút được lá Minor thì chỉ việc tra theo bảng bên trên để xác định được tuần diễn ra sự kiện. Nếu rút được Major thì hoặc xác định là không thể đoán biết, hoặc áp dụng phương pháp trên phuture.me là một gợi ý.

Ta cũng có thể sử dụng kết hợp với phương pháp của Bradley bên trên để giải quyết. Ví dụ: Rút lá 5 of Wands ám chỉ đến tuần thứ 5 của mùa hè gần nhất với thời điểm bói.

CHƯƠNG III
PHƯƠNG PHÁP ĐẾM THỜI GIAN THEO SỐ HỌC (TIMING BY NUMEROLOGY)

Phương Pháp Đến Thời Gian Theo Số Học là một tập hợp gồm khoảng hơn 10 phương pháp được tôi phân thành ba nhóm chính: Phương pháp "Đếm Thời Gian Bởi Ace", Phương pháp "Đếm Thời Gian Bởi Vòng Quay Số Phận" và Phương pháp "Đếm Thời Gian Bởi Nguyên Tố Đầu Hình". Nó còn rất nhiều các phiên bản phụ, hoặc kết hợp các phiên bản, hoặc có sự điều chỉnh ít nhiều.

Phương Pháp I: Phương Pháp"Đếm Thời Gian Bởi Ace" (Timing By Aces)

Nguyên Lý

Đơn giản đến ngạc nhiên, phương pháp này được mô tả như sau: Rút lần lượt các lá đến khi gặp lá Aces bất kỳ. Tổng thời gian của các lá bài là thời gian sự kiện xảy đến. Phương pháp này được mô tả trong "Timing and the Tarot" trên www.bewitchingways.com. Dường như phương pháp này được lấy từ "The Tarot Companion," của Tracy Porter (Thông tin cần xác minh).

Giá trị các lá bài được gáng như sau:

Các lá Minor: Được tính theo số trên lá bài, trong đó King = 14, Queen = 13, Knight = 12, Page = 11, Ace = 1. Ứng với mỗi đầu hình sẽ có sự tương ưng như sau:

- wands = một ngày;

- cups = một tuần;

- swords = nửa tháng (2 tuần);

- pentacles = một tháng;

Các lá Major: Thể hiện những bước tác động theo từng thời điểm, tuy nhiên, sẽ không tính vào số tổng thời gian.

Các lá bài được cộng dồn thành một giá trị thời gian nhất định. Thời gian diễn ra sự kiện sẽ bằng chính khoảng thời gian đó kể từ lúc bói bài.

ACE of WANDS
ACE of PENTACLES
ACE of CUPS.
ACE of SWORDS

Bình Luận

Ưu điểm lớn nhất của phương pháp này là sự hợp lý trong việc lắp đầy khung thời gian. Thật vậy, nó cho phép diễn tả chính xác ở mức độ từng ngày, và cho phép diễn tả mọi định dạng thời gian. Điểm yếu duy nhất của nó chính là việc chỉ dùng duy nhất Minor Arcana, làm cho hệ thống dường như không được trọn vẹn. Dù vậy, đó không phải là một vấn đề lớn.

Trải bài "Đếm Thời Gian Bởi Ace" (Timing By Aces):

Cách trải bài tương đối rộng về số lượng lá bài. Việc cộng dồn chỉ kết thúc khi gặp một lá Aces. Tối thiểu của trải bài này là 1 lá và tối đa là 74 lá. Vì vậy biên độ thời gian của trải bài này kéo dài từ ngay ngày hôm sau (1 lá Ace of Wands ngay vị trí đầu tiên) hoặc đến hơn 111 tháng rưỡi (111 tháng và 8 tuần, tức là hơn 10 năm nếu ở vị trí tối đa 74 lá).

Ví dụ: Rút được các lá như sau: 2oC, 3oP, 5oW, AoS. Vì đến lá thứ 4 thì rút được Aces nên quy trình dừng lại. Tổng thời gian trong trải bài này là 2x tuần + 3x tháng + 5 x ngày + 1 x nửa tháng = 4 tháng 5 ngày.

Phương Pháp II: Phương Pháp "Đếm Thời Gian Bởi Vòng Quay Số Phân" (Timing By The Wheel of Fortune)

Nguyên Lý

Áp dụng hệt như phương pháp số học Phương Pháp Số Học "Đếm Thời Gian Bởi Ace" (Timing By Aces) của Tracy Porter, nhưng thay vì vòng quay sẽ dừng lại ở Ace thì trong phương pháp này, vòng quay sẽ dừng lại ở lá Major The Wheel of Fortune. Phương pháp này được trình bày bởi Phuture.com trong bài "Timing Tarot Events: 4 methods for working out when an event will happen using Tarot." dường như

được lấy từ tác giả Wilma Carroll, trong cuốn "The 2-hour Tarot Tutor" (Thông tin cần được kiểm chứng). Trong phương pháp này, mỗi lá bài ứng với 1 ngày và kết thúc khi rút được lá The Wheel of Fortune mà không cần quy tắc cộng gộp các trị khác nhau của lá bài.

Trong bài "Timing Tarot Events: 4 methods for working out when an event will happen using Tarot", tác giả còn trình bày 3 phương pháp khác nữa, nhưng xét thấy ba phương pháp này hoặc đã trùng, hoặc đã nằm trong một phương pháp khác nên tôi không trình bày thêm ở đây.

Bình Luận

Giống hệt ưu và khuyết điểm của Phương Pháp Số Học "Đếm Thời Gian Bởi Ace" (Timing By Aces). Tuy nhiên, với một độ dãn thời gian tương đối hẹp (khoảng 2 tháng), nó phù hợp cho những dự đoán ngắn hạn.

Trải bài "Đếm Thời Gian Bởi Vòng Quay Số Phận" (Timing By The Wheel of Fortune):

Cách trải bài tương đối rộng về số lượng lá bài. Việc cộng dồn chỉ kết thúc khi gặp lá The Wheel Of Fortune. Tối thiểu của trải bài này là 1 lá và tối đa là 78 lá. Vì vậy biên độ thời gian của trải bài này kéo dài từ một ngày đến 78 ngày.

Ví dụ: Rút được các lá như sau: 2oC, 3oP, 5oW, AoS, Wheel Of Fortune. Vì đến lá thứ 5 thì rút được Wheel Of Fortune nên quy trình dừng lại. Tổng thời gian trong trải bài này là 6 ngày kể từ ngày bói.

Phương Pháp III: Phương Pháp "Đếm Thời Gian Bởi Nguyên Tố Đầu Hình" (Timing By Element of Suit)

Nguyên Lý

Phương pháp này lấy đầu hình làm lý luận chính: Wand, Cup, Sword, Pentacle mỗi đầu hình biểu hiện một tốc độ khác nhau của thời gian. Trong phương pháp này, có khá nhiều dị bản, chủ yếu sai khác nhau ở cách nhận định về tốc độ.

Có 3 hệ thống được liệt kê bên dưới đây:

a. Hệ Thống được trình bài trong bài "Timing Tarot Events. 4 methods for working out when an event will happen using Tarot" trên trang phuture.me dường như của tác giả Wilma Carroll, trong cuốn "The 2-hour Tarot

Tutor" (Thông tin cần được kiểm chứng), được mô tả như sau:

- Cups: Ngày.

- Wands: Tuần.

- Swords: Tháng.

- Coins (Pentacles): Năm.

- Major Arcana: không có giá trị thời gian.

b. Hệ thống trình bày trong "Three Ways To Accurately Predict When Events Will Happen" của Douglas Gibb. Ginny Hunt cũng ủng hộ quan điểm này trong "It's Only A Matter of

Time":

   - Wands: Ngày

   - Swords: Tuần

   - Cups: Tháng

   - Disks (Pentacles): Năm

   - Major Arcana: không có giá trị thời gian.

   c. Hệ thống trình bày trong "Timing Questions" của Teresa Michelsen:

   - Swords: Ngày

   - Wands: Tuần

   - Cups: Tháng

   - Pentacles: Năm

   - Major Arcana: các vấn đề tác động lên thời gian.

   - Lá Mặt (Court Card): các nhân vật tác động lên thời gian.

e. Hệ thống trình bày trong "Tarot and Timing" của Barbara Moore:

- Wands: ngày,

- Wands và Swords: tuần

- Cups và Pentacles: tháng.

- Major Arcana: không có giá trị thời gian (?).

Chú ý: đối với lá Wand, giá trị của nó tương ứng ngày hay tuần dựa vào sự cảm nhận lá bài và sự việc, hoặc dựa vào các lá còn lại trong trải bài.

d. Crowqueen trong Aeclectic Forum (TarotForum.net)

- Wands: Giờ

- Swords: Ngày

- Cups: Tháng

- Disks (Pentacles): Năm

- Major Arcana: không có giá trị thời gian.

f. WinterRose trong Aeclectic Forum (TarotForum.net)

- Swords: Giờ

- Wands: Ngày

- Cups: Tuần

- Pentacles: Tháng.

- Major Arcana: năm dựa trên trị số trên lá bài. The Fool ám chỉ không xác định được thời gian.

Trải bài Một Lá "Đếm Thời Gian Bởi Nguyên Tố Đầu Hình" (Timing By Element of Suit):

Trải bài đề xuất của tôi nhằm hệ thống hóa các hệ thống trong việc đếm thời gian bởi nguyên tố đầu hình dựa trên trải bài đề xuất của Teresa Michelsen. Trải bài này riêng lẽ có thể được dùng khi tách ra dùng riêng cho bộ Minor Arcana. Trải bài đề xuất của tôi chấp nhận các giá trị King = 14, Queen = 13, Knight = 12, Page = 11. Khi đó toàn bộ 56 lá Minor sẽ giải đáp cho chúng ta một giới hạn từ 1 ngày đến 14 năm.

Trải bài này có thể kết hợp với các trải bài khác tạo thành câu hỏi "thời điểm là khi nào ?" như một câu hỏi phụ cho trải bài chính, một lá bài cho câu hỏi thời gian. Trong trường hợp này, nếu lá bài không là một lá minor arcana (tức là không có giá trị nguyên tố đầu hình) thì có thể dùng nguyên lý của Teresa Michelsen trong mục c về giá trị của Major Arcana. Khuyến nghị dùng hệ thống ở mục c.

Trải bài đề xuất gốc của Teresa Michelsen không chấp nhận các giá trị King = 14, Queen = 13, Knight = 12, Page = 11. Khi đó Khi đó toàn bộ 56 lá Minor sẽ giải đáp cho chúng ta một giới hạn từ 1 ngày đến 10 năm.

Ví dụ: lá rút ra là 5 of Cups có nghĩa là 5 x tháng = 5 tháng.

Trải bài Một Lá "Dự Đoán Dựa Trên Tốc Độ Của Đầu Hình" (Predictions based on the speed of the suit)

Trải bài là trải bài đề xuất của Douglas Gibb. Trải bài một lá này dựa trên tốc độ của đầu hình dựa trên hệ thống ở mục b. Các lá Major được xem là câu trả lời "không xác định được". Trải bài này cũng có thể dùng riêng lẽ cho bộ Minor Arcana. Các lá Minor chỉ xác định thời điểm gần đúng: "khoảng 1 tháng", "khoảng 1 năm", "khoảng 1 ngày" ... Khuyến nghị dùng hệ thống ở mục b.

Ví dụ: lá rút là thuộc hệ Cups có nghĩa là "khoảng 1 tháng".

CHƯƠNG IIII
PHƯƠNG PHÁP CHIÊM TINH GOLDEN DAWN

Nguyên Lý

Phương pháp Chiêm Tinh Golden Dawn của Paul Hughes-Barlow dựa trên các mốc chiêm tinh của hệ thống Golden Dawn. Phương pháp này được nhiều người sử dụng và đã có trước khi Hughes-Barlow đề xuất. Có rất nhiều tham chiếu đến các tác giả khác khi đề cập phương pháp này. Tuy nhiên, ông lại là người đầu tiên (? - theo tư liệu hiện tại) trình bày phương pháp này trong "Predicting Events in Tarot Readings using Astrology".

Một đóng góp đáng kể của ông trong phương pháp này là hệ thống đoán giờ, chính vì vậy, tôi đặt trên ông trong trong tên của phương pháp. Phương pháp này sử dụng 12 lá Major tương ứng 12 cung hoàng đạo, bộ lá Mặt - Court card tương ứng 12 cung hoàng đạo, bộ lá số từ 2 đến 10 tương ứng 12 cung hoàng đạo, 7 lá Major tương ứng 7 ngày trong tuần để dự đoán. Vì dựa trên các mốc dễ dự đoán nên phương pháp này thuộc loại đoán theo mốc thời gian.

- Các lá Major dùng dự đoán 12 cung hoàng đạo: Emperor, Hierophant, Chariot, Lovers, Strengh, Hermit, Justice, Death, Temperence, Devil, Star, Moon. Mỗi lá chiếm một cung hoàng đạo.

- Các lá Mặt dùng dự đoán 12 cung hoàng đạo: toàn bộ các lá trừ các lá Page. Mỗi lá Queen, King, Knight chiếm 1/3 thời gian cuối của một cung và 2/3 thời gian đầu tiên của cung kế tiếp.

- Các lá Mặt dùng dự đoán mùa: các lá Page. Mỗi lá ứng 1 mùa.

- Các lá Major dự đoán ngày trong tuần: Sun, Priestess, Tower, Magician, Fortune, Empress, World. Mỗi lá ứng một ngày trong tuần.

- Các lá Ace: Mỗi lá ứng một tuần trăng (7 ngày) trong một chu kỳ trăng khoảng 28 ngày.

- Các lá Fool, Hangedman, Judgement: không thể xác định được thời gian.

- Các lá 2 đến 10 tương ứng 12 cung hoàng đạo: mỗi lá ứng 1/3 thời gian của mỗi cung.

Cụ thể như sau:

a. Với lá Ace xác định tuần trăng:

Ace of Pentacles: 7 ngày trăng non.

Ace of Cups : 7 ngày trăng tròn.

Ace of Swords: 7 ngày trăng già.

Ace of Wands: 7 ngày trăng lặn.

b. Với lá Major, Minor xác định khoảng thời gian theo cung hoàng đạo:

ẨN CHÍNH	ẨN PHỤ (LÁ HOÀNG GIA)	ẨN PHỤ (LÁ SỐ)			THỜI GIAN
(Moon cuối bản)	Queen of Wands	10	20-30 Pisces		March 11- March 20
Emperor	Queen of Wands	2	0-10	Aries	March 21- March3 0
		3	10- 20	Aries	March 31- Apr 10
	Prince of Disks	4	20- 30	Aries	Apr 11- Apr 20
Hiero phant	Prince of Disks	5	0-10	Taurus	Apr 21- Apr 30

Lovers	Knight of Swords	6	10-20	Gemini	May 1 – May 10
		7	20-30		May 11 – May 20
		8	0-10		May 21 – May 31
		9	10-20		Jun 1 – Jun 10
	Queen of Cups	10	20-30		Jun 11 – Jun 20
Chariot		2	0-10	Cancer	Jun 21 – Jul 1
		3	10-20		Jul 2 – Jul 11
	Prince of Wands	4	20-30		Jul 12 – Jul 21
		5	0-10	Leo	Jul 22 – Aug 1
Strength		6	10-20		Aug 2 – Aug 11
	Knight of Disks	7	20-30		Aug 12 – Aug

					22
Hermit		8	0-10	Virgo	Aug 23 – Sep 1
		9	10-20		Sep 2 – Sep 11
	Queen of Swords	10	20-30		Sep 12 – Sep 22
Justice		2	0-10	Libra	Sep 23 – Oct 2
		3	10-20		Oct 3 – Oct 12
		4	20-30		Oct 13 – Oct 22
Death	Prince of Cups	5	0-10	Scorpio	Oct 23 – Nov 2
		6	10-20		Nov 3 – Nov 12
	Knight of Wands	7	20-30		Nov 13 – Nov 22
Temperance		8	0-10	Sagittarius	Nov 23 – Dec 2
		9	10-		Dec 3 –

			20		Dec 12
	Queen of Disks	10	20-30		Dec 13 – Dec 21
Devil		2	0-10	Capricorn	Dec 22 – Dec 30
		3	10-20		Dec 31 – Jan 9
	Prince of Swords	4	20-30		Jan 10 - Jan 19
		5	0-10	Aquarius	Jan 20 – Jan 29
Star		6	10-20		Jan 30 – Feb 8
		7	20-30		Feb 9 – Feb 18
	Knight of Cups	8	0-10	Pisces	Feb 19 – Feb 28
Moon		9	10-20		March 1 – March 10

	Queen of Wands	10	20-30		March 11 – March 20

Chú ý là bản bên trên, Hughes-Barlow đã không ghi chú rõ ràng về sự tương ứng. Các vị trí Minor từ 2 đến 10 tương ứng với từng đầu hình Gậy - Kiếm - Cốc - Tiền đã không được ghi ra. Các bạn có thể tra cứu về cái này ở bài Tarot và Chiêm Tinh: Minor Arcana (Pips Cards). Trong diễn dịch này, một số lá major sẽ không mang trị số nào về thời gian.

Tuy nhiên, ta vẫn có thể diễn dịch các lá bài khác mang giá trị hành tinh trở về thành giá trị hoàng đạo dựa trên sự quản lý cung của các sao. Ta có tương ứng được trình bày dưới đây:

Cung Aries (Từ 21 tháng 3 đến 19 tháng 4): The Emperor, The Tower, Two of Wands, Three of Wands, Four of Wands, Queen of Wands

Cung Taurus (Từ 20 tháng 4 đến 20 tháng 5): The Hierophant, The Empress*, Five of

Pentacles, Six of Pentacles, Seven of Pentacles, Knight of Pentacles

Cung Gemini (Từ 21 tháng 5 đến 21 tháng 6): The Lovers, The Magician*, Eight of Swords, Nine of Swords, Ten of Swords, King of Swords

Cung Cancer (Từ 22 tháng 6 đến 22 tháng 7): The Chariot, The High Priestess, Two of Cups, Three of Cups, Four of Cups, Queen of Cups

Cung Leo (Từ 23 tháng 7 đến 22 tháng 8): Strength, The Sun, Five of Wands, Six of Wands, Seven of Wands, Knight of Wands

Cung Virgo (Từ 23 tháng 8 đến 23 tháng 9): The Hermit, The Magician*, Eight of Pentacles, Nine of Pentacles, Ten of Pentacles, King of Pentacles

Cung Libra (Từ 24 tháng 9 đến 23 tháng 10): Justice, The Empress*, Two of Swords, Three of Swords, Four of Swords, Queen of Swords

Cung Scorpio (Từ 24 tháng 10 đến 21 tháng 11): Death, Judgement, Five of Cups, Six of

Cups, Seven of Cups, Knight of Cups

Cung Sagittarius (Từ 22 tháng 11 đến 21 tháng 12): Temperance, Wheel of Fortune, Eight of Wands, Nine of Wands, Ten of Wands, King of Wands

Cung Capricorn (Từ 23 tháng 12 đến 19 tháng 1): The Devil, The World, Two of Pentacles, Three of Pentacles, Four of Pentacles, Queen of Pentacles

Cung Aquarius (Từ 20 tháng 1 đến 18 tháng 2): The Star, The Fool, Five of Swords, Six of Swords, Seven of Swords, Knight of Swords

Cung Pisces (Từ 19 tháng 2 đến 20 tháng 3): The Moon, The Hanged Man, Eight of Cups, Nine of Cups, Ten of Cups, King of Cups

c. Với các lá Page xác định mùa trong năm:

Mùa xuân: Page of Wands

Mùa hạ: Page of Cups

Mùa thu: Page of Swords

Mùa đông: Page of Pentacles

d. Các lá Fool, Hangedman, Judgement: không thể xác định được thời gian theo Balow. Hoặc áp dụng luật quản lý cung bởi sao đã nêu ở bên trên.

e. Với các lá Major xác định ngày trong tuần:

Thứ CN: Lá Sun

Thứ 2: Lá High Priestess

Thứ 3: Lá The Tower

Thứ 4: Lá Magician

Thứ 5: Lá Fortune

Thứ 6: Lá Empress

Thứ 7: Lá World

Các lá khác không xác định được ngày trong tuần.

f. Với các lá Major xác định giờ trong ngày:

Giờ Mặt Trời - Sun: Lá Sun

Giờ Mặt Trăng - Moon: Lá High Priestess

Giờ Sao Hỏa - Mars: Lá Tower

Giờ Sao Thủy - Mercury: Lá Magician

Giờ Sao Mộc - Jupiter: Lá Fortune

Giờ Sao Kim - Venus: Lá Empress

Giờ Sao Thổ - Saturn: Lá World

Các lá khác không xác định được giờ trong ngày. Bản giờ trong ngày được nêu bên dưới đây:

Giờ Ban Ngày							
Gi ờ	*Chủ Nhật*	*Thứ 2*	*Thứ 3*	*Thứ 4*	*Thứ 5*	*Thứ 6*	*Thứ 7*

1	Sun	Moon	Mars	Mercury	Jupiter	Venus	Saturn
2	Venus	Saturn	Sun	Moon	Mars	Mercury	Jupiter
3	Mercury	Jupiter	Venus	Saturn	Sun	Moon	Mars
4	Moon	Mars	Mercury	Jupiter	Venus	Saturn	Sun
5	Saturn	Sun	Moon	Mars	Mercury	Jupiter	Venus
6	Jupiter	Venus	Saturn	Sun	Moon	Mars	Mercury
7	Mars	Mercury	Jupiter	Venus	Saturn	Sun	Moon
8	Sun	Moon	Mars	Mercury	Jupiter	Venus	Saturn
9	Venus	Saturn	Sun	Moon	Mars	Mercury	Jupiter
10	Mercury	Jupiter	Venus	Saturn	Sun	Moon	Mars
11	Moon	Mars	Mercury	Jupiter	Venus	Saturn	Sun

| 12 | Satur n | Sun | Moo n | Mars | Merc ury | Jupit er | Venu s |

Giờ Ban Đêm							
Gi ờ	Chủ Nhật	Thứ 2	Thứ 3	Thứ 4	Thứ 5	Thứ 6	Thứ 7
1	Jupit er	Venu s	Satur n	Sun	Moo n	Mars	Merc ury
2	Mars	Merc ury	Jupit er	Venu s	Satur n	Sun	Moo n
3	Sun	Moo n	Mars	Merc ury	Jupit er	Venu s	Satur n
4	Venu s	Satur n	Sun	Moo n	Mars	Merc ury	Jupit er
5	Merc ury	Jupit er	Venu s	Satur n	Sun	Moo n	Mars
6	Moo n	Mars	Merc ury	Jupit er	Venu s	Satur n	Sun
7	Satur n	Sun	Moo n	Mars	Merc ury	Jupit er	Venu s
8	Jupit er	Venu s	Satur n	Sun	Moo n	Mars	Merc ury

9	Mars	Mercury	Jupiter	Venus	Saturn	Sun	Moon
10	Sun	Moon	Mars	Mercury	Jupiter	Venus	Saturn
11	Venus	Saturn	Sun	Moon	Mars	Mercury	Jupiter
12	Mercury	Jupiter	Venus	Saturn	Sun	Moon	Mars

Vì cách xác định giờ của Hughes-Barlow tương đối phức tạp nên tôi hướng dẫn ra ở đây: dòng đầu tiên in đậm là ngày trong tuần. Mỗi lá bài rút được chỉ có thể biết giờ nếu đã biết trước ngày. Ứng mỗi ngày thì mỗi giá trị lá bài sẽ ứng một giờ nhất định. Gồm 2 bản tra cứu là giờ ban ngày và giờ ban đêm.

Bình Luận

Phương pháp của Paul Hughes-Barlow dựa trên Golden Dawn và được trình bày đầy đủ nhất trong các phiên bản. Điểm yếu của hệ thống này là các cấu trúc không chặt chẽ. Sự chồng chéo giữa các giá trị làm cho hệ thống này kém hiệu quả. Chẳng hạn: nếu lá đầu đoán mùa ra Page of Wands ứng mùa xuân, nhưng khi đoán về ngày thì lại rút được 2oC thì lại tương ứng một thời điểm vào mùa đông. Với hệ thống này, tôi đề xuất dùng các kiểu speads đặc trưng để thực hiện việc đoán thời điểm để hạn chế tối đa điểm yếu của hệ thống. Tôi sẽ trình bày bên dưới đây các spread ứng dụng cấu trúc này.

Một điểm hạn chế khác của hệ thống này là lỗ hổng trong việc chi tiết hóa thời gian. Chẳng hạn: ta có thể đoán chính xác đến từng khoảng thời gian chừng 7 đến 10 ngày (tầm 1 tuần), nhưng lại không có mối liên hệ giữa quãng thời gian đó và việc xác định ngày trong tuần và giờ trong ngày. Vì vậy, trong hệ thống này, đoán quãng thời gian và đoán ngày giờ thuộc hai vấn đề cách biệt nhau mà không có cách nào để giải quyết trọn vẹn.

Spread Một Lá Cho Thời Gian Trong Năm

Đối với các sự kiện dự đoán trong vòng một năm, hãy dùng trải bài này. Rút một lá duy nhất và dựa vào các nguyên lý a, b, c, d bên trên để truy ra thời gian. Thời gian được tính từ thời gian gần nhất kể từ thời điểm hiện tại, cho đến tương lai, hoặc quá khứ xảy ra sự kiện. Phương pháp này cùng với spread này có thể lắp đầy khoảng trống thời gian và cấu trúc logic của bộ bài. Tuyệt đối không rút lá phụ trong trải bài này và cũng không truy vấn chi tiết hơn để đảm bảo tính logic của toàn hệ thống. Mặc khác, vì cấu trúc lá bài dựa trên sự tương ứng một năm theo chiêm tinh, nên độ dài dự đoán của trải bài này cũng chỉ kéo dài trong một năm sự kiện mà thôi.

Trong trường hợp nếu dự doán một sự kiện không rõ là tương lai hay quá khứ, hãy dùng nguyên lý này: Nếu là lá thuận, nó cho thấy khoảng thời gian trong tương lai. Nếu là lá ngược, nó cho thấy khoảng thời gian trong quá khứ.

Spread Một Lá Cho Ngày Trong Tuần và Spread Một Lá Cho Giờ Trong Tuần

Đối với các sự kiện dự đoán trong vòng một năm, hãy dùng trải bài này. Rút một lá duy nhất và dựa vào các nguyên lý ở mục e và f bên trên để truy ra vị trí ngày trong tuần, và giờ trong ngày. Nếu lá bài không nằm trong 7 lá trong mục e thì thời gian là không thể xác định được.

Thời gian được tính từ thời gian gần nhất kể từ thời điểm hiện tại, cho đến tương lai, hoặc quá khứ xảy ra sự kiện. Tuyệt đối không rút lá phụ trong trải bài này và cũng không truy vấn chi tiết hơn để đảm bảo tính logic của toàn hệ thống. Trong trường hợp nếu dự doán một sự kiện không rõ là tương lai hay quá khứ, hãy dùng nguyên lý này: Nếu là lá thuận, nó cho thấy khoảng thời gian trong tương lai. Nếu là lá ngược, nó cho thấy khoảng thời gian trong quá khứ.

Có thể kết hợp hai spead này để tạo thành một trình trải bài cho phép lấy ngày và giờ trong tuần.

Trải bài Ba Lá Dự Đoán Thời Gian

Spread này thiết kế để dành cho việc dự đoán thời gian một cách chi tiết nhất theo hệ thống Golden Dawn của Paul Hughes-Barlow. Trải bài nằm ngang theo thứ tự như sau:

1. Khoảng Thời Gian Sự Kiện

2. Ngày Diễn Ra Sự Kiện

3. Giờ Diễn Ra Sự kiện

Các bước thực hiện:

- Tách bộ bài thành 2 nhóm: nhóm 1 gồm các lá Minor, nhóm 2 gồm các lá Major.

- Rút một lá từ nhóm 1 đặt ở vị trí 1 và nói "Lá này cho biết thời gian diễn ra sự kiện".

- Rút một lá từ nhóm 2 đăt ở vị trí 2 và nói "Lá này cho biết ngày chính xác diễn ra sự kiện".

- Rút một lá từ nhóm 2 đăt ở vị trí 3 và nói "Lá này cho biết giờ chính xác diễn ra sự kiện".

Lá thứ 1: Dựa vào nguyên lý a, b, c, d để lấy được khoảng thời gian, khoảng thời gian này thông thường kéo dài khoảng 2 tuần. Trong trường hợp nếu dự doán một sự kiện không rõ là tương lai hay quá khứ, hãy dùng nguyên lý này: Nếu là lá thuận, nó cho thấy khoảng thời gian trong tương lai. Nếu là lá ngược, nó cho thấy khoảng thời gian trong quá khứ. Tra lịch để thấy rõ 2 tuần có thể diễn ra sự kiện này.

Lá thứ 2: Dựa vào nguyên lý e để biết được ngày diễn ra sự kiện. Tra lại lịch 2 tuần đã có ở lá thứ nhất, và xác định ngày diễn ra vào thứ mấy của tuần. Nếu là lá thuận, nó cho thấy ngày diễn ra được tính từ ngày bắt đầu của khoảng thời gian, nếu là lá ngược, nó cho thấy ngày diễn ra được tính từ ngày cuối cùng của khoảng thời gian. Tức là giả dụ rút được lá tương ứng vào thứ 3 của tuần, nhưng khoảng thời gian của lá thứ 1 có đến hai ngày thứ 3 thì tùy vào vị trí thuận ngược của lá bài mà quyết định chọn thứ 3 đầu hay thứ 3 cuối.

Lá thứ 3: Dựa vào nguyên lý f để biết được giờ diễn ra sự kiện.

Thời gian được tính từ thời gian gần nhất kể từ thời điểm hiện tại, cho đến tương lai, hoặc quá khứ xảy ra sự kiện. Tuyệt đối không rút lá phụ trong trải bài này và cũng không truy vấn chi tiết hơn để đảm bảo tính logic của toàn hệ thống. Phương pháp này có ưu điểm là sẽ cho thấy chi tiết ngày giờ và thời gian diễn ra sự kiện, nhưng nhược điểm là sẽ không lấp đầy được khoảng trống thời gian.

CHƯƠNG V
PHƯƠNG PHÁP ĐOÁN THỜI GIAN QUA NĂNG LƯỢNG (TIMING BY ENERGY FACTORS)

Phương Pháp I: Phương Pháp Đoán Thời Gian Bằng Tốc Độ Của Dòng Năng Lượng

Nguyên Lý

Nguyên lý được trình bày trong "The Tarot and Time: Some Suggestions" của Eva Yaa Asantewaa. Nhìn chung phương pháp này có mối quan hệ trực tiếp với Phương Pháp Đếm Thời Gian Theo Số Học (Timing by Numerology) khi nó chủ yếu bàn đến tốc độ nhanh chậm của từng lá bài, nhưng không phải dựa trên số học, mà dựa trên năng lượng của lá bài. Nó có thể coi như một bổ sung cho phương pháp Phương Pháp Đếm Thời Gian Theo Số Học (Timing by Numerology) khi gặp phải các lá Major Arcana.

Nguyên lý của Asantewaa dựa trên ý nghĩa tốc độ của bộ đầu hình Wands - Cups - Swords - Pentacles, điều mà ta đã gặp trong lý luận của Phương Pháp Đếm Thời Gian Theo Số Học (Timing by Numerology), và bổ sung thêm các ý nghĩa về tốc độ cho các lá Mặt thay vì coi chúng là các nhân vật liên quan, bổ sung thêm cho các lá Major Arcana thay vì coi chúng là các nhân tố tác động.

Tương ứng ở đầu hình:

- Swords: diễn ra tức thời ở cấp độ giờ.

- Wands: diễn ra nhanh ở cấp độ ngày.

- Cups: diễn ra chậm ở cấp độ tháng.

- Pentacles: diễn ra rất chậm ở cấp độ năm.

- Lý luận này giống với lý luận của Teresa Michelsen trong "Timing Questions", thứ tự tốc độ giống với WinterRose trong Aeclectic Forum (TarotForum.net).

Tương ứng ở Minor Arcana (các lá Số - Pip cards)

- Ace: bắt đầu hình thành.

- Lá 2, 3, 4 ... 8: các cấp độ hình thành, thời điểm xảy ra có tốc độ tăng dần từ 2 đến 8.

- Lá 9: tốc độ gấp, gần như sẽ sớm sảy ra.

- Lá 10: tiến trình sắp hoàn thành.

- Tốc độ của các lá Minor Arcana - Pips Cards không đều nhau. Thời gian trong bộ Swords (cấp độ giờ trong ngày) được chia thành 10 cấp từ Ace - 9, tức là khoảng 2h cho mỗi cấp. Thời gian trong bộ Wands (cấp độ ngày trong tháng) được chia thành 10 cấp từ Ace - 9, tức là khoảng 3 ngày cho mỗi cấp.

Thời gian trong bộ Cups (cấp độ tháng trong năm) được chia thành 10 cấp từ Ace - 9, tức là khoảng 1 tháng cho mỗi cấp. Thời gian trong bộ Cups (cấp độ năm trong đời) được chia thành 10 cấp từ Ace - 9, tức là khoảng 1 năm cho mỗi cấp, tối đa 10 năm. Chú ý là tốc độ thời gian đi ngược lại với số lượng thời gian. Vd như Ace of Swords tương ứng 24 giờ tới, 5 of Swords tương ứng 12 giờ tới, 10 of Swords tương ứng 1 giờ sắp tới kể từ lúc bói....

Trong "Tarot and Timing" của Barbara Moore, có ghi về một cách nhận định về thời gian thú vị, nhưng khác với cách nhìn nhận của Asantewaa về các lá Minor Pip Cards.

- Ace, 2, 3: tình trạng mới bắt đầu và rất sớm.

- Lá 4, 5, 6: tình trạng đang tiến triển.

- Lá 7, 8, 9: tình trạng đang kết thúc.

- Lá 10: tình trạng kết thúc hoàn toàn.

Tương ứng ở Minor Arcana (các lá Mặt - Court Cards):

- Kings: thời gian lâu dài cho kinh nghiệm, chưa thể diễn ra sớm.

- Queens: thời gian tương đối ở hiện tại, sẽ diễn ra.

- Page và Knight: thời gian hiện tại, sẽ diễn ra ngay thời điểm này.

- Các lá Minor Arcana - Lá Mặt dường như biểu hiện tốc độ liên quan đến nhân vật trong trải bài, hơn là một tốc độ thời gian cụ thể.

Tương ứng ở Major Arcana:

- The Fool: nhanh chóng, không định trước,

rất bất ngờ

- Magician: nhanh chóng nhưng đã có sự chuẩn bị và nghiên cứu cũng như nỗ lực.

- High Priestess: chậm chạp, thường đi sau một sự kiện khác hay một phát hiện khác, cần thời gian và nỗ lực

- The Empress: đến tự nhiên, cần thời gian nhất định để diễn ra

- The Emperor: rất lâu để phát triển, nhưng càng về sau càng nhanh chóng

- Heirophant: diễn ra dễ dáng sau khi các kết nối được thiết lập, sự tiến triển bền vững

- The Lovers: chỉ diễn ra sau một quyết định cấp tốc hay một sự thay đổi định hướng, rất nhanh chóng diễn ra

- The Chariot: điều hiển nhiên xảy ra, với sự giúp sức của các yếu tố trong và ngoài, có thể liên hệ với những biến động xã hội hay thiên chúa

- Strength: chỉ sảy ra sau khi một sự kiện bất

ngờ ập đến, cẩn trọng trong tiến hành các quy trình

- The Hermit: diễn ra chậm và chắc, mọi thứ được lên kết hoạch, tính toán, suy tư trước khi diễn ra, được hỗ trợ bởi các yếu tố bên trong mà không có sự tác động bên ngoài

- The Wheel of Fortune: diễn ra tuần hoàn, lặp đi lặp lại, cần tìm hiểu về yếu tố bên trong hay ngoài tác động lên các quyết định.

- Justice: diễn ra chỉ sau khi đạt sự cân bằng, hay đã được nghiên cứu kỹ, diễn ra đúng trật tự

- The Hanged Man: cực kỳ chậm, khó phát triển, không có động lực. Đôi khi là sự đứng im hay dừng lại. Nó cũng ám chỉ thời gian trống và thời gian trầm tư về quá khứ hay sự thư giãn tạm thời

- Death: sự thay đổi bi kịch, nhanh chóng và chuẩn bị một chu trình mới

- Temperance: phát triển có quản trị, chỉ diễn ra khi có kết quả một quá trình hay có sự cân bằng trong quy trình

- The Devil: sự trễ nãi, có thể dừng vô thời hạn, hay bị thục lùi về trước. Chỉ phát triển sau khi đã nghiên cứu kỹ các bước trong quá khứ hoặc bài học đã rút được, chỉ xảy ra sau khi nhận thức được đúng đắn.

- The Tower: rất nhanh, xu hướng bi kịch và tiêu cực, không được dự trù trước

- The Star: biến đổi có chu kỳ sau thanh tẩy hoặc sau khi thanh lọc, đối thoại. Diễn ra dễ dàng sau đó, nhưng có thể không được tính toán trước và không thường xuyên.

- The Moon: diễn ra theo tự nhiên, đi theo sự phát triển của chu kỳ trăng (?), diễn ra trong tháng.

- The Sun: diễn ra trong ngày, chu kỳ tự nhiên của trồi và lặng trong cuộc sống (?)

- Judgement: chỉ diễn ra khi mọi thứ được hiểu rõ ràng và có sự cân nhắc nặng nhẹ.

- The World: thời gian được toan tính, quá khứ tương lai hay hiện tại đều có giá trị cân bằng.

Bình Luận

Mốc thời gian tương đối mơ hồ. Nó thích hợp khi xét chung tổng thể trong một trải bài hoàn chỉnh nào đó, hơn là xét riêng bản thân lá bài. Ngoại trừ các chỉ dẫn về Minor ở lá Số có thể chỉ rõ thời gian trong tương lai, các chỉ dẫn Minor ở lá Mặt chỉ cho thấy sự biến đổi bên trong nhân vật của trải bài, còn chỉ dẫn Major chỉ cho thấy cách mà sự biến đổi đó diễn ra. Ưu điểm của nó chính là thời gian trong lý luận này một mặt, cho phép người bói diễn giải tương đối rộng theo sự hiểu biết của lá bài, có thể mở rộng được các giải pháp, mặt khác cho phép tiếp cận nhiều hơn về các khía cạnh khác của vấn đề thời gian. Nhược điểm của nó là sự mơ hồ, hoàn toàn không xác định được một cách hiệu quả. Dù vậy, tôi đánh giá cao ưu điểm của phương pháp này.

Phương Pháp II: Phương Pháp Năng Lượng Thụ Động - Chủ Động (Timing by Positive-Negative Energy)

Nguyên lý

Được trình bày trong "A Matter of Timing" của James Rioux, và trong "Timing Questions" của Teresa Michelsen. Dường như James Rioux là tác giả của phương pháp này. Phương pháp sử dụng tính chất thụ động và chủ động của bộ đầu hình để xác định thời gian. Phiên bản của phương pháp này có thể là 3 lá, 4 lá hay thậm chí nhiều hơn.

Các lá bài được phân thành 4 nhóm nguyên tố: Lửa, Nước, Đất, Khí tuỳ theo đầu hình. Lửa và khí được coi là chủ động, năng lượng cao; còn đất và nước được coi là thụ động, năng lượng thấp. Nếu trong trải bài, số lượng lá chứa năng lượng cao nhiều thì thời gian diễn ra sự kiện đó càng sớm, ngược lại, nếu số lượng lá chứa năng lượng cao quá thấp thì sẽ rất lâu, sự kiện đó mới diễn ra. Cụ thể như sau:

- Hơn 75% số lá bài là năng lượng cao: sự

kiện tính theo ngày (từ 1 ngày đến 7 ngày).

- Từ 75% đến 50% số lá bài là năng lượng cao: sự kiện tính theo tuần (từ 1 tuần đến 4 tuần).

- Từ 50% đến 25% số lá bài là năng lượng cao: sự kiện tính theo tháng (từ 1 tháng đến 12 tháng).

- Từ 25% trở xuống: sự kiện tính theo năm (nhiều năm).

Nguyên lý này đặc biệt thuận lợi nếu sử dụng trải bài Celtic Cross (với 10 lá bài). Cụ thể, nếu một câu hỏi được trải theo Celtic Cross, ta có thể đếm số lá bài chủ động (nhiều năng lượng) để phán đoán như sau:

- 8/10 lá bài trở lên chứa nhiều năng lượng: tính theo ngày.

- 5/10 lá bài trở lên chứa nhiều năng lượng: tính theo tuần.

- 2/10 lá bài trở lên chứa nhiều năng lượng: tính theo tháng.

- ít hơn 2 chứa nhiều năng lượng: tính theo năm.

Bình Luận

Phương pháp này vô cùng hữu ích vì nó được tích hợp sẵn trong trải bài đang hỏi mà không cần đưa thêm câu hỏi phụ theo thời gian. Tuy nhiên, điểm yếu của nó là độ chính xác khá kém, mơ hồ và chung chung. Độ giãn cách giữa các mốc thời gian cũng rất khó xác định. Mặc dù vậy, phương pháp này thật sự rất thú vị vì nó không cần bất kỳ trải bài riêng lẻ nào.

CHƯƠNG VI
PHƯƠNG PHÁP CHIÊM TINH BẰNG TINH TÚ KẾ (TIMING BY ASTROLOGY OR TIMING BY EPHEMERIS)

Nguyên Lý

Đây là phương pháp phức tạp nhất trong các phương pháp đã trình bày trước đó. Người dùng phương pháp này cần có kiến thức sâu rộng về chiêm tinh và tinh tú kế (Ephemeris).

Phương pháp này được xây dựng dựa trên việc dự đoán thông qua tinh tú kế. Ứng với mỗi lá bài là một tương ứng của sao-cung. Ứng với mỗi thời điểm trong thời gian chiêm tinh cũng là một vị trí sao-cung. Hiện có tương đối nhiều cách thức tính toán dựa trên những điều kiện khác nhau :

Hoặc là, chỉ rút một lá và dựa trên đường đi của tinh tú. Ví dụ : nếu rút được lá The Magician, áp dụng tương ứng của Volguine, sẽ là Sun trong Leo. Cần tra cứu bản Ephemeris để biết được lần kế tiếp Sun (mặt trời) đi ngang qua Leo là khi nào. Từ đó xác định được thời điểm.

Hoặc là, rút đồng thời 2 lá bài để xác định khoảng thời gian. Ví dụ : nếu rút được lá Justice và Strength, theo Volguine sẽ là khoảng thời gian ở giữa thời điểm khi Mars đi ngang qua Aries và khi Mars đi ngang qua Scorpio.

Đối với bộ Marseille hay trường phái Pháp-Ý, chúng ta chỉ sử dụng 22 lá Major mà thôi. Trong đó, chúng ta có thể theo một trong 2 phái Volguine hoặc Muchery.

Bản tham chiếu của Volguine

Số	Lá Bài	Sao	Cung

I	The Magician	Sun	Leo
II	The High Priestess	Moon	Cancer
III	The Empress	Mercury	Gemini
IV	The Emperor	Venus	Taurus
V	The Hierophant	Jupiter	Sagittarius
VI	The Lovers	Mercury	Virgo
VII	The Chariot	Venus	Libra
VIII	Strengh	Mars	Scorpio
IX	The Hermit	Jupiter	Sagittarius
X	Wheel of fortune	Mars	Scorpio
XI	Justice	Mars	Aries
XII	The Hanged man	Jupiter	Pisces
XIII	Death	Saturn	Aquarius
XIV	Temperance	Saturn	Capricorn
XV	The Devil	Venus	Libra
XVI	The Tower	Venus	Taurus
XVII	The Star	Mercury	Gemini
XVIII	The Moon	Moon	Cancer
XIX	The Sun	Sun	Leo
XX	The Judgement	Mercury	Virgo
XXI	The World	Moon	Cancer

XXII	The Sun	Sun	Leo

Volguine: tên đầy đủ là Alexandre Volguine, có lẽ là nhà chiêm tinh học điển hình nhất của Pháp trong thế kỷ 20. Ông được sinh ra ở Nga, nơi đã ảnh hưởng mạnh đến nền học vấn chiêm tinh của ông. Sự kiện nổi tiếng nhất và cũng là công đóng góp lớn nhất của ông đối với lịch sử chiêm tinh là vào năm 1938, tạp chí uy tín về chiêm tinh học đầu tiên đã ra đời với tên "Les Cahiers Astrologiques" mà ông vừa là sáng lập, vừa là chủ bút đến cuối cuộc đời. Dù các nguyên lý huyền học của ông được đánh giá là rắc rối và nhiều mâu thuẫn khi cố gắng giải trích toàn bộ những nghịch lý trong chiêm tinh thông qua các nền văn hóa khác nhau như Hebrew, Arabic, Hindu, và tiền-Columbian. Ông đặt biệt cống hiến trong các nguyên lý tăng và giảm tác động của biểu đồ chiêm tinh (Astrology Chart) khi các hành tinh tương tác với các cung sao và cuối cùng, cũng là quan trọng nhất trong sự nghiệp của ông: đề xuất phương pháp tính chính xác các nhân tố tác động trong chiêm tinh, điều mà trước đó chưa từng có ai nghĩ đến. Nguyên lý này được biết đến với tên "theory of encadrement" hay "planetary containment", được ông trình bày trong cuốn The Ruler Of The Nativity.

Bản tham chiếu của Muchery

Số	Lá Bài	Sao	Cung
I	The Magician	Sun	Leo
II	The High Priestess	Moon	Cancer
III	The Empress	Mercury	Gemini
IV	The Emperor	Venus	Taurus
V	The Hierophant	Jupiter	Sagittarius
VI	The Lovers	Mercury	Virgo
VII	The Chariot	Venus	Libra
VIII	Strengh	Mars	Scorpio
IX	The Hermit	Jupiter	Sagittarius
X	Wheel of fortune	Mars	Scorpio
XI	Justice	Mars	Aries
XII	The Hanged man	Jupiter	Pisces
XIII	Death	Saturn	Aquarius
XIV	Temperance	Saturn	Capricorn
XV	The Devil	Venus	Libra
XVI	The Tower	Venus	Taurus

XVII	The Star	Mercury	Gemini
XVIII	The Moon	Moon	Cancer
XIX	The Sun	Sun	Leo
XX	The Judgement	Mercury	Virgo
XXI	The World	Sun	Leo
XXII	The Sun	Moon	Cancer

Muchery: Tên thật là Georges Muchery, sinh năm 1892 mất 1981. Ông là nhà văn, nhà báo, nhà chiêm tinh học, và nhà "xem bàn tay" (chiromancie) nổi tiếng của Pháp. Ông được hướng dẫn huyền học thông qua giáo sư dạy toán của ông. Người ta không biết nhiều về đời tư của ông, trừ những hoạt động rộng rãi trong giới khoa học và sân khấu, khi ông được mời nghiên cứu và xem bói bàn tay cho rất nhiều nhân vật lúc bấy giờ, nhiều người vừa là bạn vừa là khách hàng của ông như giáo sư Charles Henry (Viện trưởng viện Vật Lý Cảm Giác - laboratoire de Physiologie des Sensations), giáo sư Charles Richet, nhà kịch nghệ Douglas Fairbanks, nhà vật lý Édouard Branly. Phần liên quan astrology này được trích từ cuốn "Le Tarot divinatoire — méthode complète d'Astromancie" của ông.

Đối với những người sử dụng tham chiếu của Golden Dawn, ta cũng có bản tương ứng sau đây, dựa trên Book T (mở rộng) của Mathers.

Lá Bài	Sao	Cung
The Fool	Venus	Gemini
The Magician	Mercury	Cancer
The High Priestess	Moon	Scorpio
The Empress	Venus	Aquarius
The Emperor	Sun	Aries
The Hierophant	Jupiter	Taurus
The Lovers	Saturn	Gemini
The Chariot	Moon	Cancer
The Strength	Mars	Leo
The Hermit	Jupiter	Virgo
The Wheel of Fortune	Jupiter	Earth
The Justice	Venus	Libra
The Hanged Man	Mercury	Pisces
The Death	Mercury	Scorpio
The Temperance	Sun	Sagittarius
The Devil	Jupiter	Capricorn

The Tower	Mars	Aries
The Star	Saturn	Aquarius
The Moon	Moon	Pisces
The Sun	Sun	Leo
The Judgement	Mars	Sagittarius
The World	Saturn	Libra*
Ace of Wands	Sun, Mars	Aries, Leo, Sagittarius
2 of Wands	Mars	Aries
3 of Wands	Sun	Aries
4 of Wands	Venus	Aries
5 of Wands	Saturn	Leo
6 of Wands	Jupiter	Leo
7 of Wands	Mars	Leo
8 of Wands	Mercury	Sagittarius
9 of Wands	Moon	Sagittarius
10 of Wands	Saturn	Sagittarius
Page of Wands	Cancer, Leo, Virgo	Earth
Knight of Wands	Sagittarius	Sun
Queen of Wands	Aries	Mercury
King of Wands	Leo	Venus
Ace of Pentacles	Jupiter, Earth	Taurus, Virgo, Capricorn

2 of Pentacles	Jupiter	Capricorn
3 of Pentacles	Mars	Capricorn
4 of Pentacles	Sun	Capricorn
5 of Pentacles	Mercury	Taurus
6 of Pentacles	Moon	Taurus
7 of Pentacles	Saturn	Taurus
8 of Pentacles	Sun	Virgo
9 of Pentacles	Venus	Virgo
10 of Pentacles	Mercury	Virgo
Page of Pentacles	Aries, Taurus, Gemini	Jupiter
Knight of Pentacles	Virgo	Mars
Queen of Pentacles	Capricorn	Moon
King of Pentacles	Taurus	Saturn
Ace of Swords	Venus, Saturn	Gemini, Libra, Aquarius
2 of Swords	Moon	Libra
3 of Swords	Saturn	Libra
4 of Swords	Jupiter	Libra
5 of Swords	Venus	Aquarius
6 of Swords	Mercury	Aquarius
7 of Swords	Moon	Aquarius

8 of Swords	Jupiter	Gemini
9 of Swords	Mars	Gemini
10 of Swords	Sun	Gemini
Page of Swords	Capricorn, Aquarius, Pisces	Earth
Knight of Swords	Gemini	Sun
Queen of Swords	Libra	Mercury
King of Swords	Aquarius	Venus
Ace of Cups	Moon, Mercury	Cancer, Scorpio, Pisces
2 of Cups	Venus	Cancer
3 of Cups	Mercury	Cancer
4 of Cups	Moon	Cancer
5 of Cups	Mars	Scorpio
6 of Cups	Sun	Scorpio
7 of Cups	Venus	Scorpio
8 of Cups	Saturn	Pisces
9 of Cups	Jupiter	Pisces
10 of Cups	Mars	Pisces
Page of Cups	Libra, Scorpio, Sagittarius	Jupiter
Knight of Cups	Pisces	Mars
Queen of Cups	Cancer	Moon
King of Cups	Scorpio	Saturn

Bình Luận

Điểm phức tạp của phương pháp này là ở chỗ, nó đòi hỏi người xem phải tra cứu tinh tú kế để biết được ngày giờ mà sao đi qua cung trong lá bài. Phương pháp này cũng kết thúc các phương pháp dự đoán thời gian trong tarot.

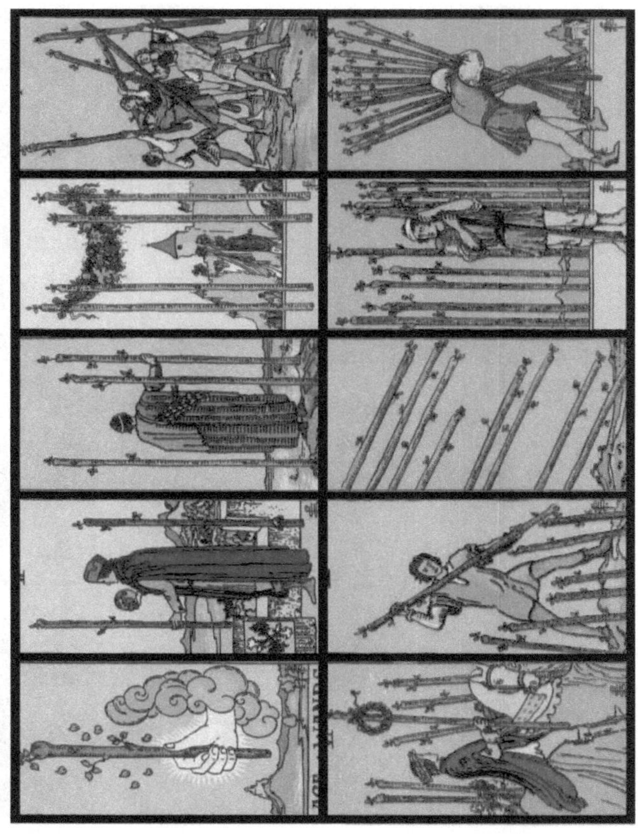

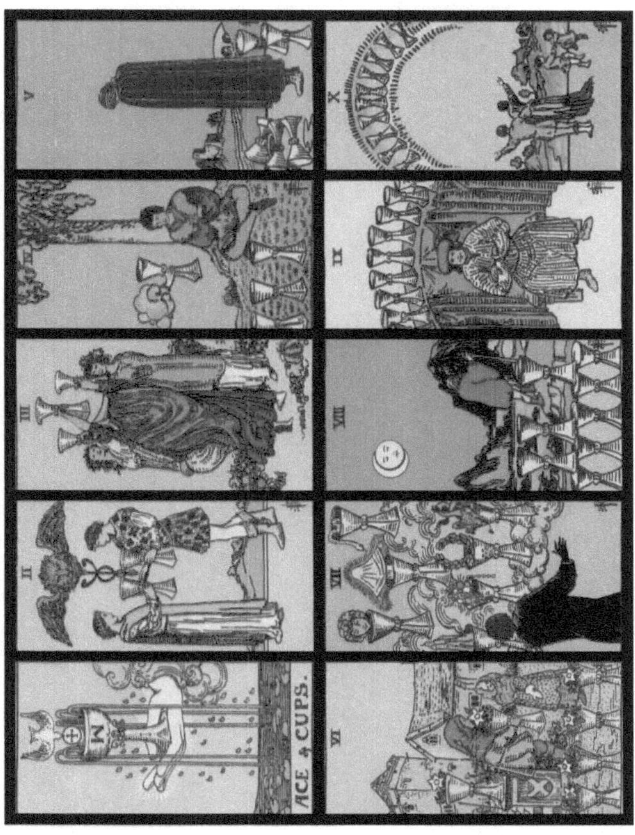

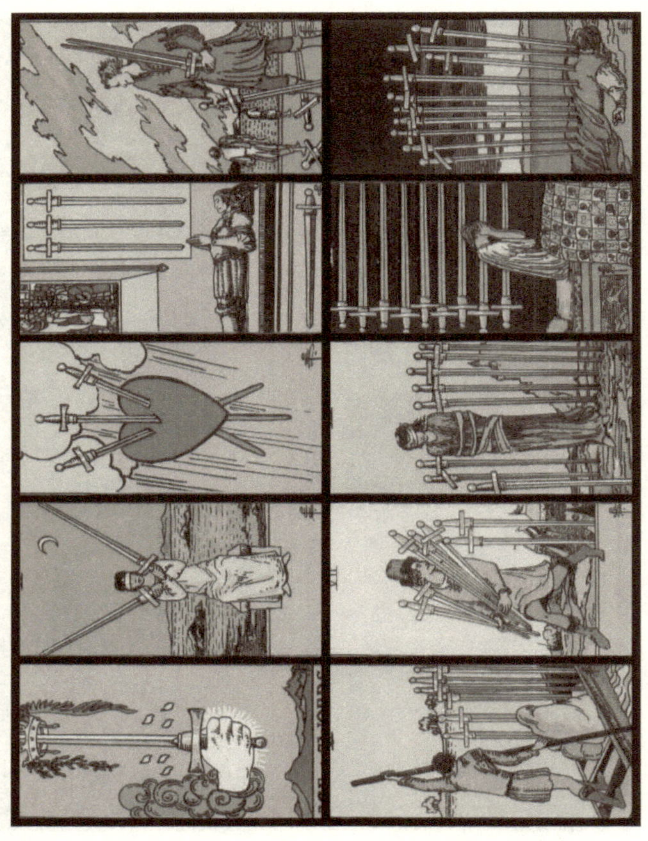

CHƯƠNG KẾT
NHỮNG NẺO ĐƯỜNG CỦA VẬN MỆNH

Từ trong thần thoại cho đến các truyền thuyết, rồi bước ra thực tại. Đó là Cassandra trong cuộc chiến thành Troy, có đến những tiên tri (The Oracle) của đền Delphi và tiếp nối là Maria Adelaida Lenormand.

Theo thần thoại, Cassandra là con gái của Vua Priam, kẻ trị vì thành Troy. Nhưng đồng thời nàng cũng là tình nhân của Thần Apollo và được vị Thần này ban tặng khả năng tiên tri. Song khi nàng từ bỏ tình yêu với vị Thần này thì ông quay sang tặng tiếp cho nàng một món quà chia tay là lời nguyền sẽ không ai tin tưởng vào những lời tiên tri của nàng. Thực là một nỗi bất hạnh lớn lao, khi những lời tiên tri của nàng về ngày tàn của thành Troy không một ai tin tưởng cả. Số phận nghiệt ngã khiến nàng phải sống để chứng kiến lửa hiểm thâm cháy tan cả thành Troy. Mà tất chỉ là trò chơi của những vị thần, mà bản thân nàng hay Troy cũng chỉ là quân cờ trên bàn cờ số phận. Có lẽ, nàng Cassandra không có liên quan nhiều đến những phần sắp tới tôi viết bên dưới, nhưng nàng là đại diện cho nỗi lòng của những tiếng người không kẻ thấu hiểu. Bởi vì trong đời sống, có những chuyện chẳng thể trốn thoát, mà con người lại sợ hãi vờ như chẳng muốn tin.

Trở lại với dòng tiên tri phương tây, thì bên cạnh Cassandra được Thần Apollo ban tặng cho khả năng tiên tri (biết trước), mà cụ thể là bằng cách nhìn thấy được tương lai. Thì bên cạnh đó, trong truyền thuyết cũng như lịch sử cũng có đề cập đến những nữ tu Pythia của đền Delphi thờ phụng Thần Apollo. Những lời tiên tri của họ được biết đến như những lời dự ngôn của Thần. Đầy bí hiểm, đa nghĩa. Trong lịch sử, năm 480 TC hoàng đế Xeres của Ba Tư xuất quân tiến đánh Hi Lạp thì cả người của Athens, Sparta lẫn người Delphi đều tìm đến những nữ tu để xin lời tiên tri trước cơn giông tố chiến chinh sắp giáng xuống mảnh đất của họ. Những tư liệu về những lời tiên tri này rất mơ hồ và khó chứng thực :

"Chỉ có những bức tường gỗ mới đứng vững, một ơn huệ cho ngươi và con cái của ngươi… Hãy chờ đợi nhưng đừng im lặng trước những kỵ binh, những hạm đội, và những đội quân tràn ngập mặt đất đang tiến gần. Hãy đi đi. Hãy quay lưng mà chạy. Nhưng thế nào đi nữa các ngươi sẽ phải lâm trận. Ôi Salamis thần thánh, ngươi là cái chết của vô số con trai của những người mẹ, giữa mùa gieo thóc và lúc gặt lúa."

Song kết quả, thì quân Ba Tư đã thất bại dưới tay quân Hi Lạp ở Salamis, dẫn đến cuộc xâm lược của quân Ba Tư bị thất bại. Dù gì, cũng khó mà phủ nhận vai trò của các nữ tu đền Delphi trong nền văn hóa Hi Lạp cổ đại. Dù những lời tiên tri của nó khiến người ta mịt mờ như kẻ đi trong sương mù. Chốt lại ở một điểm, nguồn sức mạnh giúp họ tiên tri được đến từ Thần Apollo, song không loại trừ khả năng một vài vị nữ tu được khai tâm thụ pháp, có khả năng đặc biệt.

Từ điểm này, nảy sinh một vấn đề là nếu không thờ phụng hay nhận quà từ các vị thần, đấng siêu nhiên thì liệu chúng ta có khả năng tiên tri hay không ? Tôi tiếp tục tìm kiếm các tư liệu, sách vở; công truyền cũng như bí truyền. Thì trong một tài liệu của Mật Hội Tarot Huyền Bí có nhắc đến Marcus Tullius Cicero.

"Marcus Tullius Cicero (Thế kỷ thứ I trước CN) chia thành hai loại cơ bản: voyance và mantique (thuật ngữ tiếng Pháp, trong thuật ngữ hiện đại được gọi là Divination intuitive và Divination raisonnée). Voyance (Divination intuitive – Bói toán trực giác) là sự bói toán dựa trên sự bộc phát không giải thích được, không dựa trên một nền lý luận kiến thức nào cả và không thể giải thích được nguyên do của lời tiên tri, thông thường gắn liền với các sức mạnh siêu nhiên hoặc các vị thần mà người đó phụng sự: các bà đồng, các nhà thông linh được xếp vào nhóm này; trong các quan niệm hiện đại, nó còn được gáng cho các giá trị huyết thống. Mantique (Divination raisonnée – Bói toán lý tính) là sự bói toán dựa trên một nền kiến thức được định trước, để lý luận về sự bói toán đó, thông qua các công cụ giải tượng, có tính ly luận cao, chặc chẽ nhưng có thể gây tranh cãi. Nó được xem là một môn khoa học (hay giả khoa học theo quan niệm hiện đại) vì vậy nó dành cho tất cả mọi người và trên nguyên tắc độc lập với các giá trị huyết thống.

Sự kết hợp của nó với các sức mạnh thiên nhiên có thể được duy trì hay gạt bỏ tuỳ theo quan niệm.

Trích dẫn gốc của Cicero trong "De la divination", I, 6 : "*Il y a deux sortes de divination, l'une relève d'un art qui a ses règles fixes, l'autre ne doit rien qu'à la nature. Mais quelle est la nation, quelle est la cité, dont la conduite n'a pas été influencée par les prédictions qu'autorisent l'examen des entrailles et l'interprétation raisonnée des prodiges ou celle des éclairs soudains, le vol et le cri des oiseaux, l'observation des astres, les sorts ? – ce sont là, ou peu s'en faut, les procédés de l'art divinatoire – quelle est celle que n'ont point émue les songes ou les inspirations prophétiques? – on tient pour naturelles ces manifestations. Et j'estime qu'il faut considérer la façon dont les choses ont tourné plutôt que s'attacher à la recherche d'une explication. On ne peut méconnaître en effet l'existence d'une puissance naturelle annonciatrice de l'avenir, que de longues observations soient nécessaires pour comprendre ses avertissements ou qu'elle agisse en animant d'un souffle divin quelque homme doué à cet effet.*"

Vậy từ đây chúng ta có nhiều hướng để đi, nếu ta có khả năng đặc biệt; hoặc huyết thống đặc biệt; thậm chí được ban tặng từ các đấng siêu nhiên thì ta có thể sử dụng khả năng của mình một cách tự nhiên như ta nhìn, ta ngửi... Song, trường hợp chúng ta không có khả năng mạnh mẽ như thế, thì chúng ta vẫn có thể sử dụng những hệ thống bói toán được xây dựng một cách chặt chẽ, để tiến hành thôi diễn số phận. Ở hướng thứ ba, là kết hợp cả hai hướng trên.

Song, từ vấn đề này có điểm cần phải làm rõ trong việc tiên tri, đó chính là về số phận/định mệnh/vận mệnh. Nếu như xét về mặt nào đó, thì Fate/Destiny; định mệnh/số phận dường như khá tương đồng, chúng đều chú định chúng ta đều phải chết, không trừ ai. Lưỡi hái của thời gian thu gặt sinh mạng trên cánh đồng của các vị thần. Nhưng đến cả các vị thần cũng có buổi hoàng hôn của mình. Điều này hệt như trong một cuộc vui, chúng ta tham dự vào trò chơi của hy vọng. Chúng ta được chia những quân bài, có thể tốt hoặc không. Chúng ta không thể thay đổi những quân bài song có thể tìm cách để kết hợp chúng, để đạt được kết quả khả quan nhất. Và đây là lúc chúng ta nói về vận mệnh của cuộc đời mình. Fortune.

Tại sao chúng ta lại có mong muốn biết trước vận mệnh của mình. Có lẽ, do chúng ta sợ hãi trước con đường đầy sương mù nên mong tìm một điểm sáng. Hoặc là do chúng ta tham lam muốn đạt được lợi ích cao nhất từ việc biết trước. Âu cũng là lẽ thường, vì đây là nhân tính, mặt tối trong mỗi con người chúng ta.

Thời gian trường hà, sông rộng thời gian cuồn cuộn cuốn trôi bao thân phận. Ta hệt như con cá chỉ có thể xuôi dòng. Nhưng những người có khả năng đặt biệt hoặc là mượn nhờ sức mạnh nào đó, có thể nhảy lên khỏi dòng thời gian để nhìn thấy vô vàn sự kiện xảy ra trong tương lai. Trong khi đó, một số người khác lại mượn nhờ tri thức vô tận để làm đòn bẩy tự thân nhảy vượt lên, nhìn thấy đồng thời dự đoán những sự kiện diễn ra trong tương lai. Cả hai cách, khi nhảy vượt lên khỏi dòng thời gian, đều trực tiếp khuấy động mọi thứ ở hiện tại. Nên xuất hiện vô vàn biến số không thể ngờ đến trong tương lai. Vì vận mệnh vốn vô định.

Từ đông sang tây, chúng ta có nhiều hình thức để tiên tri như : chiêm mộng, vu thuật, lên đồng, kinh dịch, tử vi, tarot, rune, lenormand, oracle, ..., vô vàn phương pháp bói toán, để thôi diễn dòng chảy của vận mệnh. Có phương pháp có hệ thống, có phương pháp phụ thuộc vào khả năng của người sử dụng. Tất cả nhằm mục đích biết trước vận mệnh.

Nhưng biết trước không phải để trốn tránh, để ngồi yên chờ đợi chuyện như nguyện. Mà là để từng bước tranh đấu, để khai tâm thụ pháp, để hiểu được trong bánh xe số phận, thì phiền não cũng là bồ đề. Dù chúng ta không thể thoát khỏi số mệnh nhưng khi hiểu rõ được bản chất của đau khổ (phiền não) thì chúng ta mới có thể tìm được sự tự do thực sự (bồ đề).

Phùng Lâm, nhà văn tự do,
tác giả truyện ngắn tâm linh Tears of Wind.

VỀ TÁC GIẢ
(ABOUT THE AUTHOR)

Philippe Ngo, tiến sĩ, một người nghiên cứu tarot tại Pháp. Sáng lập viên của cộng đồng Tarot Huyền Bí. Tác giả một số cuốn chuyên luận về tarot như: Hành Trình Chàng Khờ Trong Tarot, Quỷ Học Trong Tarot – Vài Luận Đề, Tình Yêu Hôn Nhân và Gia Đình Trong Tarot, Khởi Nghiệp Hoạch Định và Kinh Doanh Trong Tarot,

www.ingramcontent.com/pod-product-compliance
Lightning Source LLC
Chambersburg PA
CBHW051709180726
48283CB00004B/1266